ధ్యానం చేసే చిలుక

ఒకసారి, విజయనగర్ రాజు కృష్ణదేవరాయకు అతని అభిమాని నుండి ఒక మాట్లాడే చిలుకను బహుమతిగా అందించారు. చిలుక తెలివైనది మరియు ఏ మానవ భాషలో అయినా మాట్లాడగలదు. ఈ అద్భుతమైన బహుమతిని అందుకున్నందుకు రాజు చాలా సంతోషించాడు.

రాజు తన వ్యక్తిగత పరిచారకులలో ఒకరిని పిలిచి చిలుకను చూసుకునే బాధ్యతను అతనికి ఇచ్చాడు. "ఈ చిలుకలను బాగా చూసుకో. అది నాకు చాలా ప్రీతికరమైనది. దానికి ఏదైనా జరిగితే శిక్షగా నీ తల నరికిపేస్తాను" అని అతనికి ఉపదేశించారు.

సేవకుడు పంజరంలో ఉన్న చిలుకను తన గదిలోకి తీసుకువచ్చాడు. అతను తన శ్రద్ధతో చిలుకను జాగ్రత్తగా చూసుకోవడం ప్రారంభించాడు. ఎలాగంటే, ఒక సుప్రభాతం, అతని భయానికి, అతను పంజరంలో చనిపోయి పడి ఉన్న చిలుకను కనుగొన్నాడు. అతను రాజు యొక్క హెచ్చరికను గుర్తుంచుకున్నాడు మరియు తన ప్రియమైన చిలుక యొక్క ఆకస్మిక మరణాన్ని రాజుకు తెలియజేసే ధైర్యం అతనికి లేదు.

అతను చాలా కలత చెందాడు. ఒక్కసారిగా తెలివితేటలకు పేరుగాంచిన తెనాలిరాముడు గుర్తొచ్చాడు. వెంటనే తన ఇంటికి పరుగెత్తాడు. చనిపోయిన చిలుక గురించి అతనికి మొత్తం కథ చెప్పి, తన ప్రాణాలను కాపాడమని అభ్యర్థించాడు. తెనాలి రాముడు అతనికి అన్ని విధాల సహకరిస్తానని హామీ ఇచ్చాడు.

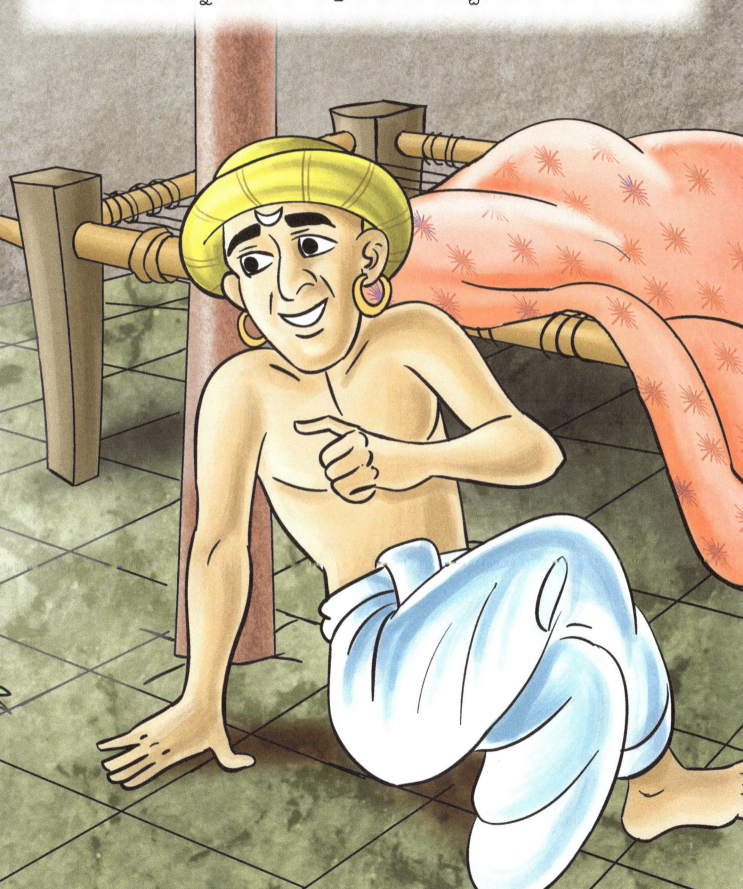

సేవకుడు వెళ్లిన తరువాత, తెనాలి రామ రాజు దగ్గరకు పరుగున వెళ్లాడు. అతను తడబడుతూ, “మీ మహిమాన్విత! మీ చిలుక. “నా చిలుకకి ఏమైంది? నీకెందుకు అంత కంగారు?” అడిగాడు రాజు.

“సార్! చిలుక మాట్లాడటం లేదు, కదలడం లేదు. గాఢమైన ధ్యానంలోకి వెళ్లినట్లుంది.”

"ఏమిటి?" రాజు ఆశ్చర్యపోయాడు. తెనాలిరామతో పాటు, అతను పంజరం వద్దకు పరుగెత్తాడు. చిలుక ధ్యానంలో లేదని, వాస్తవానికి చనిపోయిందని గుర్తించాడు. రాజు చాలా బాధపడ్డాడు మరియు కోపంగా ఉన్నాడు. "చిలుక చనిపోయిందని ముందే ఎందుకు చెప్పలేదు. అనవసరంగా నన్ను పంజరంలోకి పరుగెత్తేలా చేసావు" అని తెనాలిరామతో అన్నాడు.

"మహారాజా!" తెనాలిరాముడు బదులిచ్చాడు, "చిలుక చావు గురించి ఇంతకు ముందే చెబితే, మీరు పేద సేవకుని తల నరికివేసి ఉండేవారు. ఎవరి ప్రాణాలకు ఎవరూ హామీ ఇవ్వలేరని నేను అర్థం చేసుకోవాలనుకున్నాను. మరణం మరియు జీవితం పూర్తిగా దేవుని చేతుల్లోనే ఉన్నాయి."

రాజు తన తప్పును గ్రహించాడు మరియు సేవకుడిని శిక్షించలేదు. సేవకుడు తెనాలిరాముడికి కృతజ్ఞతలు తెలిపాడు. అతని జీవితం తెనాలిరాముని చాకచక్యం వల్ల రక్షించబడ్డాడు.

కుక్క తోక

ఒకసారి రాజు కృష్ణదేవరాయ ఆస్థానంలో, ఒక వ్యక్తి యొక్క స్వభావాన్ని మార్చగలరా లేదా అనే చర్చ జరుగుతోంది. కొంతమంది సభికులు అది సాధ్యమేనని అభిప్రాయపడ్డారు. మరొకొందరు కుక్క తోకతో సాధ్యమేనని భావించారు. కుక్క తోక సూటిగా ఉండదు, అదే విధంగా, మనిషి స్వభావాన్ని మార్చడం అసాధ్యం.

ఒక్కసారి ప్రయత్నిస్తే కుక్క తోక సరిదిద్దవచ్చునని నాకనిపిస్తోంది, అని ఈ అంశంపై అనుకూలంగా మాట్లాడుతున్న సభికుల్లో ఒకరు అభిప్రాయపడ్డారు. రాజు సరదాగా అన్నాడు. "సరే మీరు ప్రయత్నం చేయడానికి స్వాగతం," రాజు పది మందిని ఎన్నుకున్నాడు మరియు వారిలో తెనాలిరాముడు ఒకడు. ఒక్కొక్కరికి ఒక్కో కుక్కపిల్లను ఇచ్చారు. మరియు ఈ పని చేయడానికి, వారికి ఆరు నెలల వ్యవధిలో ప్రతి నెలా పది బంగారు నాణేలు కూడా ఇవ్వబడ్డాయి.

వారిలో ప్రతి ఒక్క తమ కుక్కపిల్లల తోకలను సరిచేయడానికి తమ వంతు కృషి చేస్తారు. వారిలో ఒకరు తోకను నిటారుగా ఉంచడానికి బరువుతో నొక్కి ఉంచారు. మరొకరు, ఆరు నెలల పాటు తోకను నేరుగా ఇత్తడి పైపులోకి నెట్టారు.

మూడవ వ్యక్తి తన కుక్కపిల్ల తోకను నిటారుగా ఉంచడానికి ప్రతిరోజు మసాజ్ చేశాడు. నాల్గవవాడు తన కుక్కపిల్లకి దాని తోక నిటారుగా ఉండేలా మందు ఇచ్చాడు. ఐదవ వ్యక్తి ఉద్దేశ్యాన్ని సాధించడానికి ప్రతిరోజు 'పూజ' చేయడానికి బ్రాహ్మణుడిని నిమగ్నం చేసాడు. ఆరవది ఒక తాంత్రికుడిని తీసుకువచ్చింది. అతను ఏదో ఒక మాయా ఆకర్షణ సహాయంతో కుక్క పిల్ల తోకను సరిచేయడానికి ప్రయత్నించాడు. ఏడవవ్యక్తి తన కుక్కపిల్ల నిటారుగా రావడానికి డాక్టర్ చేత ఆపరేషన్ చేయిస్తున్నాడు. ఎనిమిదవ వ్యక్తి తన కుక్క పిల్లని ఆరు నెలలపాటు రోజు కూర్చోబెట్టి, "నీ తోకను నిటారుగా ఉంచు సోదరా, నిటారుగా ఉంచు" అని సలహా ఇచ్చాడు. తొమ్మిదో వ్యక్తి తన కుక్క పిల్ల తోకను సరిచేయవచ్చని భావించి దానికి స్వీట్లు తినిపిస్తూనే ఉన్నాడు.

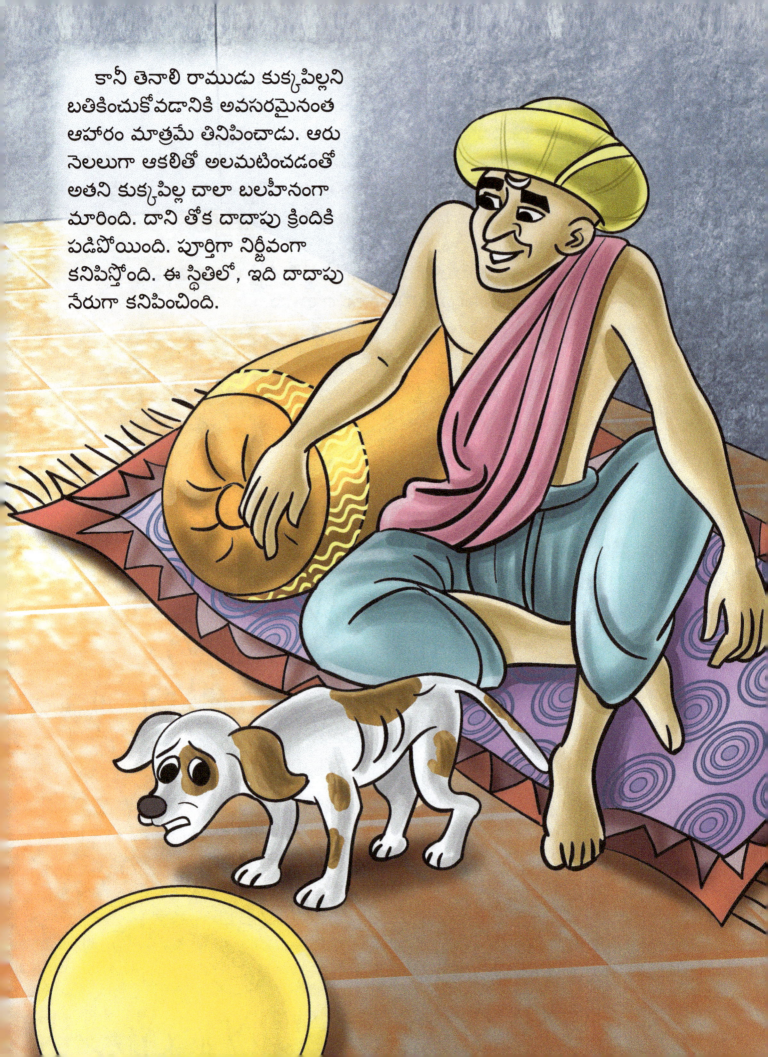
కానీ తెనాలి రాముడు కుక్కపిల్లని బతికించుకోవడానికి అవసరమైనంత ఆహారం మాత్రమే తినిపించాడు. ఆరు నెలలుగా ఆకలితో అలమటించడంతో అతని కుక్కపిల్ల చాలా బలహీనంగా మారింది. దాని తోక దాదాపు క్రిందికి పడిపోయింది. పూర్తిగా నిర్జీవంగా కనిపిస్తోంది. ఈ స్థితిలో, ఇది దాదాపు నేరుగా కనిపించింది.

ఆరు నెలలు పూర్తయ్యాక, పది కుక్క పిల్లలను కోర్టులో హాజరు పరచమని రాజు ఆదేశించాడు. తొమ్మిది కుక్క పిల్లలు చాలా బలంగా మరియు ఆరోగ్యంగా కనిపించాయి. మొదటి కుక్క పిల్ల పొడవాటిపై ఉంచిన బరువును తొలగించినప్పుడు, దాని వంపు తిరిగింది. రెండవ కుక్కపిల్ల తోకను పైపు నుండి బయటకు తీయగానే, అది దాని అసలు రూపానికి తిరిగి వచ్చింది. అదేవిధంగా, ఇతర ఏడు కుక్క పిల్లల తోకలు మునుపటిలా వంకరగా ఉన్నాయి. ఏ నివారణా పని చేయలేదు.

ఇప్పుడు రాజు తెనాలిరాముని "మీ కుక్క పిల్ల ఎక్కడ ఉంది?" తెనాలిరాముడు తన కుక్కపిల్లని బహుకరించాడు. ఇది చాలా బలహీనంగా మరియు నిర్జీవంగా కనిపించింది. దాని తోక కుంటుతూ ఉంది. తెనాలి రాముడు అన్నాడు, "ఓ మహారాజా! నేను దాని తోకను సరిచేసాను. నువ్వు రాస్కెల్ !" రాజు అతనిని అరిచాడు. "అతను దాదాపు ఆకలితో చచ్చిపోయాడు అతను తన తోకను కూడా ఊపలేడు."

దానికి తెనాలిరాముడు మర్యాద పూర్వకంగా సమాధానమిచ్చాడు, "మహారాజా! మీరు చెప్పినట్లయితే, అతనికి సరిగ్గా ఆహారం ఇవ్వాలి, నేను మీ ఆజ్ఞను పాటిస్తాను. కానీ ప్రకృతికి విరుద్ధమైన దాని తోకను నిటారుగా చేయమని మీ ఆజ్ఞ. ఇది ఆకలితో ఉంచడం. ద్వారా మాత్రమే సాధ్యమవుతుంది.

"మహారాజా! మనిషి స్వభావాన్ని బలవంతంగా మార్చలేం. ప్రకృతికి వ్యతిరేకంగా ఏమీ చేయకూడదు. ఇది చాలా ప్రమాదకరమైనది." సభికులందరూ వారి ప్రశ్నకు తగిన సమాధానం ఇచ్చారు. రాజు తెనాలిరాముని తెలివితేటలు మరియు తెలివిని కొనియాడారు.

చివరి కోరిక

రాజు కృష్ణదేవరాయ రాజ్యంలోని బ్రాహ్మణులు చాలా అత్యాశతో పెరిగారు. ఒక మార్గం లేదా మరొక విధంగా, వారు చాలా మతపరమైన మనస్సు మరియు ఉదార స్వభావం ఉన్న రాజు నుండి డబ్బును సేకరించేవారు. ఒకరోజు, రాజు ఒక బ్రాహ్మణుడిని ఇలా అడిగాడు, "మా అమ్మ చనిపోయే ముందు మామిడిపండ్లు తినాలని కోరికను వ్యక్తం చేసింది. అయినప్పటికీ, ఆమె చివరి కోరిక నెరవేరలేదు. ఆమె ఆత్మకు శాంతి కలగాలంటే మనం ఇప్పుడు ఏమైనా చేయగలమా?".

బ్రాహ్మణుడు, "అయ్యా, మీరు నూట ఎనిమిది మామిడి పండ్లను మీ రాజ్య బ్రాహ్మణులకు పంచితే, మీ అమ్మగారి ఆత్మకు శాంతి చేకూరుతుంది." వెంటనే రాజు వంద మామిడి పండ్లను బంగారంతో చేసి విజయనగరంలో ఉన్న బ్రాహ్మణులకు దానం చేశాడు. బ్రాహ్మణులందరూ చాలా సంతోషించారు.

ఈ వార్త విని తెనాలిరాముడు చాలా కలత చెందాడు. తన తల్లిపై రాజు ప్రేమను బ్రాహ్మణులు ఉపయోగించుకున్నారని అతనికి తెలుసు. అత్యాశగల బ్రాహ్మణులకు గుణపాఠం చెప్పేందుకు సరైన అవకాశం కోసం ఎదురుచూశాడు. కొన్ని రోజులు తర్వాత తెనాలిరామ తల్లి ఆకస్మిక అనారోగ్యంతో మరణించింది. చనిపోయిన తన తల్లికి సంబంధించిన మతపరమైన కార్యక్రమాలలో భాగంగా, అతను బ్రాహ్మణులను తన ఇంటికి భోజనానికి ఆహ్వానించాడు. గొప్ప విందు జరుగుతుందని భావించి బ్రాహ్మణులంతా తెనాలిరాముని ఇంటికి చేరుకున్నారు.

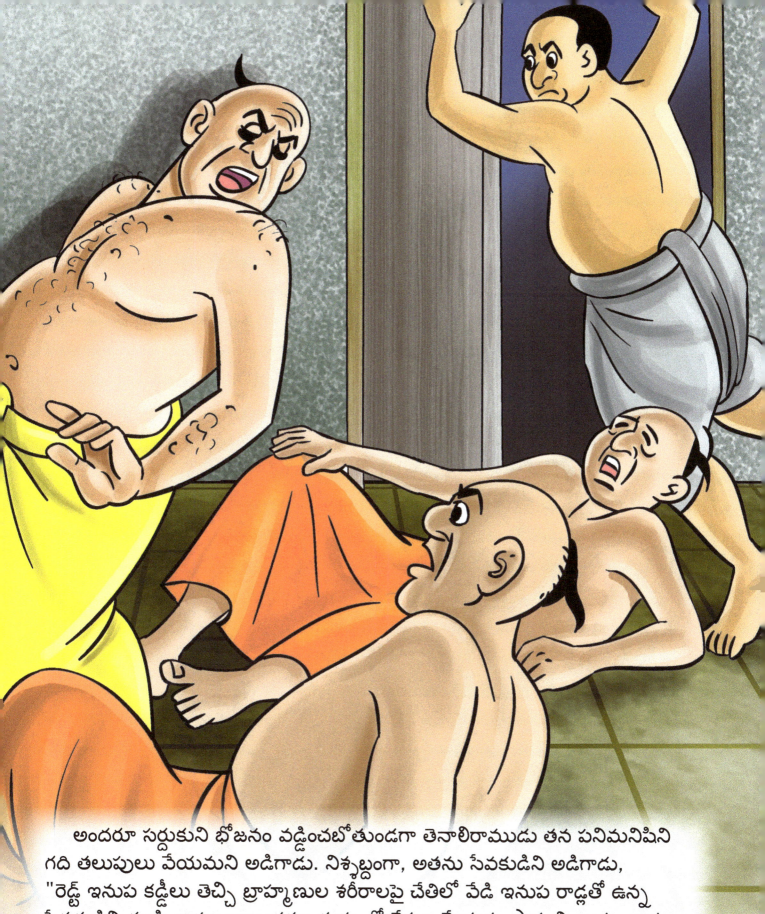

అందరూ సర్దుకుని భోజనం వడ్డించబోతుండగా తెనాలిరాముడు తన పనిమనిషిని గది తలుపులు వేయమని అడిగాడు. నిశ్శబ్దంగా, అతను సేవకుడిని అడిగాడు, "రెడ్ట్ ఇనుప కడ్డీలు తెచ్చి బ్రాహ్మణుల శరీరాలపై చేతిలో వేడి ఇనుప రాడ్లతో ఉన్న సేవకుడిని చూసి బ్రాహ్మణులందరూ భయంతో కేకలు వేయడం ప్రారంభించారు. వారు తప్పించుకోవడానికి ప్రయత్నించారు కానీ సాధ్యం కాలేదు. బ్రాహ్మణులలో ప్రతి ఒక్కరి శరీరంపై తీవ్రమైన కాలిన గాయాలు ఉన్నాయి.

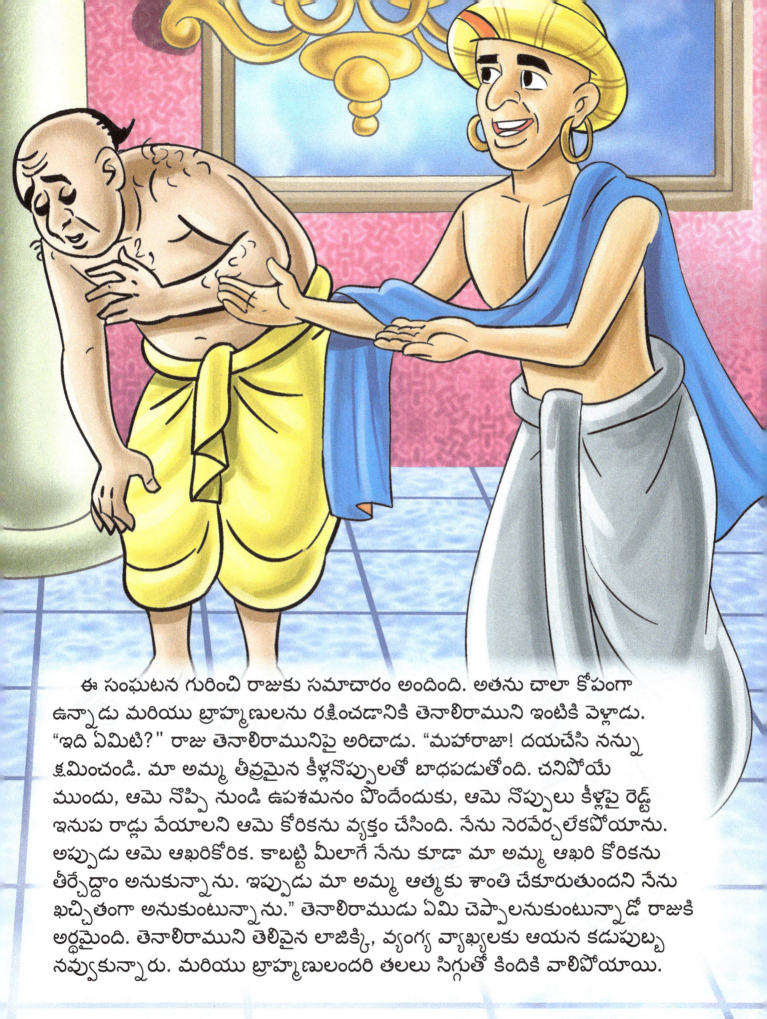

ఈ సంఘటన గురించి రాజుకు సమాచారం అందింది. అతను చాలా కోపంగా ఉన్నాడు మరియు బ్రాహ్మణులను రక్షించడానికి తెనాలిరాముని ఇంటికి వెళ్లాడు. "ఇది ఏమిటి?" రాజు తెనాలిరామునిపై అరిచాడు. "మహారాజా! దయచేసి నన్ను క్షమించండి. మా అమ్మ తీవ్రమైన కీళ్లనొప్పులతో బాధపడుతోంది. చనిపోయే ముందు, ఆమె నొప్పి నుండి ఉపశమనం పొందేందుకు, ఆమె నొప్పులు కీళ్లపై రెడ్ట్ ఇనుప రాడ్లు వేయాలని ఆమె కోరికను వ్యక్తం చేసింది. నేను నెరవేర్చలేకపోయాను. అప్పుడు ఆమె ఆఖరికోరిక. కాబట్టి మీలాగే నేను కూడా మా అమ్మ ఆఖరి కోరికను తీర్చేద్దాం అనుకున్నాను. ఇప్పుడు మా అమ్మ ఆత్మకు శాంతి చేకూరుతుందని నేను ఖచ్చితంగా అనుకుంటున్నాను." తెనాలిరాముడు ఏమి చెప్పాలనుకుంటున్నాడో రాజుకి అర్థమైంది. తెనాలిరాముని తెలివైన లాజిక్కి, వ్యంగ్య వ్యాఖ్యలకు ఆయన కడుపుబ్బ నవ్వుకున్నారు. మరియు బ్రాహ్మణులందరి తలలు సిగ్గుతో కిందికి వాలిపోయాయి.

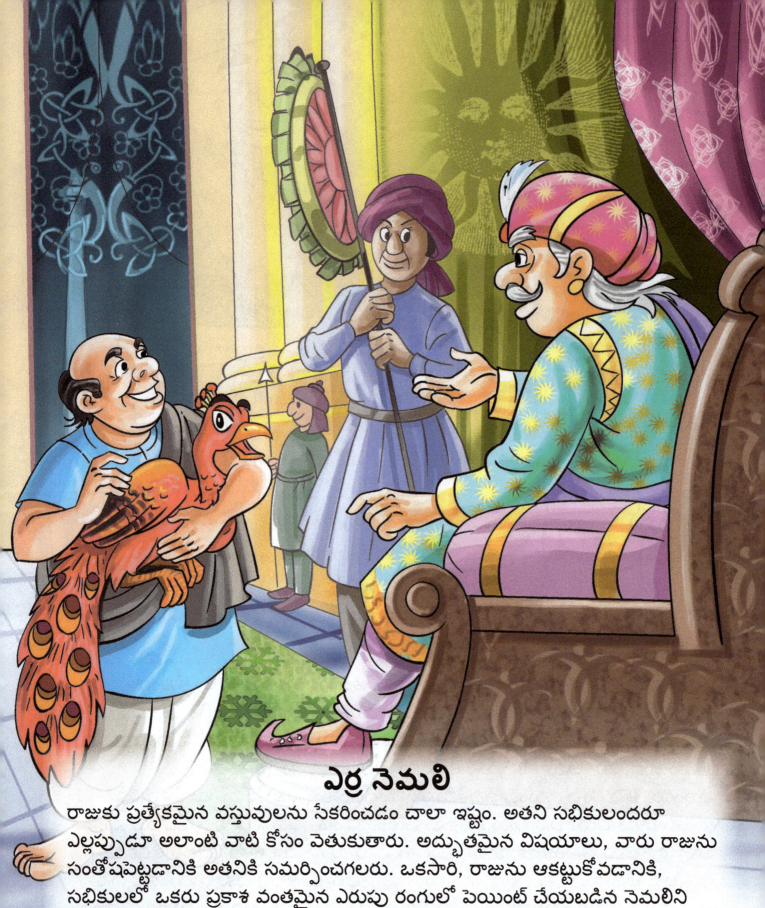

ఎర్ర నెమలి

రాజుకు ప్రత్యేకమైన వస్తువులను సేకరించడం చాలా ఇష్టం. అతని సభికులందరూ ఎల్లప్పుడూ అలాంటి వాటి కోసం వెతుకుతారు. అద్భుతమైన విషయాలు, వారు రాజును సంతోషపెట్టడానికి అతనికి సమర్పించగలరు. ఒకసారి, రాజును ఆకట్టుకోవడానికి, సభికులలో ఒకరు ప్రకాశ వంతమైన ఎరుపు రంగులో పెయింట్ చేయబడిన నెమలిని పొందారు. అతను దానిని రాజు కృష్ణదేవరాయ ఆస్థానానికి తీసుకువెళ్లి, "ఓ మహారాజా! నేను మధ్య భారతదేశంలోని అరణ్యాల నుండి ఈ అద్భుతమైన ఎర్రటి నెమలిని మీ కోసం తీసుకువచ్చాను. దయచేసి అంగీకరించండి" అని చెప్పాడు.

అద్భుతమైన నెమలిని అందుకున్నందుకు రాజు చాలా సంతోషించాడు. ఆశ్చర్యంతో కళ్లు తెరిచి, “ఇది నిజంగా అరుదైన పక్షి! నేను ఇంతకు ముందు ఇలాంటి పక్షిని చూడలేదు. మేము దీనిని మా రాయల్ గార్డెన్లో ఉంచుతాము. చెప్పండి, మీరు ఎంత చెల్లించారో చెప్పండి. దానికోసం?”

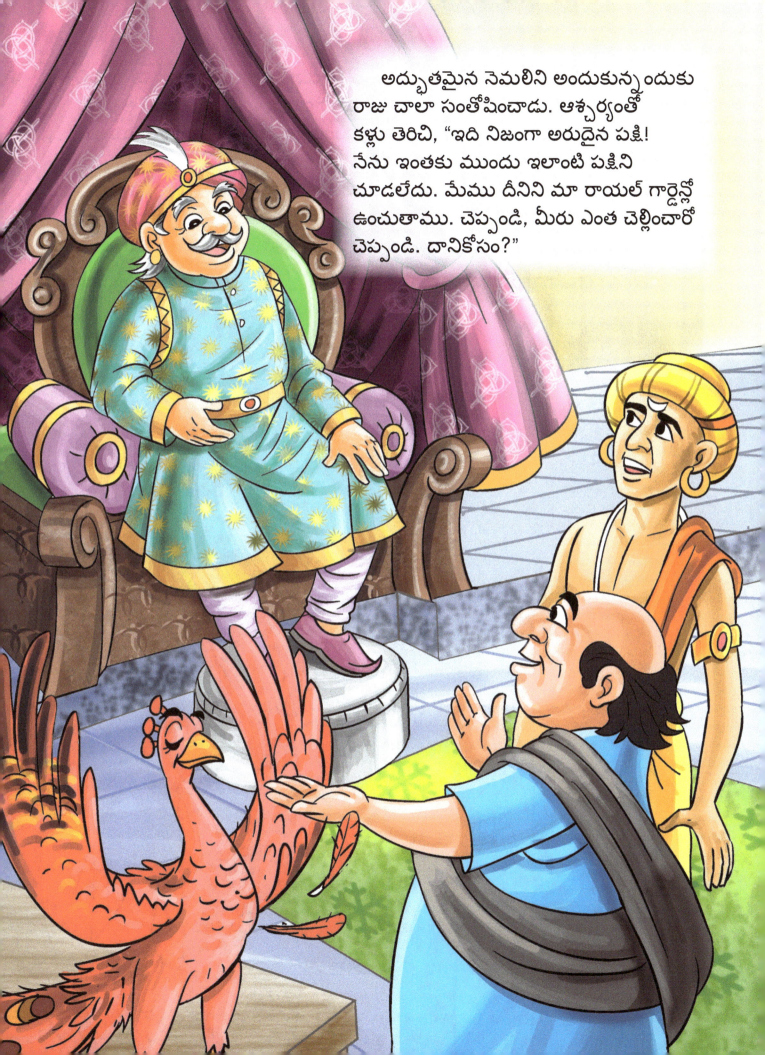

రాజుగారి ప్రశంసలు విని సభికుడు పులకించిపోయాడు. "నా ప్రభూ! నేను దానిని పొందడానికి దాదాపు ఇరవై ఐదు వేల ఇసుక రూపాయలు ఖర్చు చేశాను," అతను జవాబిచ్చాడు. "ఈ పెద్దమనిషికి రాష్ట్ర ఖజానా నుండి ఇరవై ఐదు వేల రూపాయలు ఇవ్వండి" అని కోశాధికారిని ఆదేశించాడు రాజు.

ఆస్థానంలో ఉన్న తెనాలిరామునికి సభికుడు జిత్తులమారి చిరునవ్వు నవ్వాడు. అయితే, తెనాలిరాముడు ఆ పెయింట్ వాసనను అనుభవించేంత తెలివిగలవాడు. రాజును సభికుడు మోసం చేశాడని అతను అర్థం చేసుకున్నాడు; కానీ అతను మౌనంగానే ఉన్నాడు.

అతను ఆస్థానాన్ని విడిచిపెట్టి, పట్టణంలోని ఉత్తమ చిత్రకారుడిని వెతకడానికి తన మనుషులను పంపాడు. అతను తన వద్దకు నాలుగు నెమళ్లను తీసుకెళ్లి, వాటిని ప్రకాశవంతమైన ఎరుపు రంగులో చిత్రించాడు.

మరుసటి రోజు తెనాలిరాముడు నాలుగు ఎర్ర నెమళ్లతో ఆస్థానానికి వెళ్లి రాజుకు సమర్పించాడు. అతను "మహారాజా! మీరు ఇరవై ఐదు వేల రూపాయలకు ఒక ఎర్ర నెమలిని పొందారు. నేను కేవలం పదివేల రూపాయలకు అలాంటి నాలుగు రకాల పక్షులను కొనుగోలు చేసాను."

రాజు ఆశ్చర్యపోయాడు. తెనాలిరామ పక్షులు మొదటివాటి కంటే ఖచ్చితంగా మెరుగ్గా ఉన్నాయి. రాజు సంతోషించి, "సరే తెనాలి. రాష్ట్ర ఖజానా నుండి పదివేలు తీసుకోవచ్చు" అని ఆజ్ఞాపించాడు.

తెనాలిరాముడు తన ప్రక్కన నిలబడి ఉన్న వ్యక్తి వైపు చూపిస్తూ, "మహారాజా! ఈ బహుమతికి అర్హుడును నేను కాదు, ఈ చిత్రకారుడు మాత్రమే. నెమళ్లను చాలా అందంగా చిత్రించాడు, అవి చాలా వాస్తవంగా కనిపిస్తాయి. అతను అద్భుతమైన చిత్రకారుడు."

అసలు విషయం తెలిసి రాజు షాక్ అయ్యాడు. అతను తెనాలి రాముడికి కృతజ్ఞతలు తెలిపాడు మరియు దుర్మార్గపు సభికుడిని బహిర్గతం చేయడానికి అతని తెలివితేటలను ప్రశంసించాడు. రాజును మోసం చేసినందుకు చిత్రకారుడికి బహుమతి ఇచ్చి మరియు సభికుడును శిక్షించాడు.

అత్యంత ఖరీదైన బహుమతి

రాజు కృష్ణదేవరాయ ఒక ముఖ్యమైన యుద్ధంలో గెలిచాడు. అందుకే తన విజయాన్ని సంబరాలు చేసుకోవాలనుకున్నారు రాజాస్థానంలో అందరూ. ఈ సందర్భంగా ఆయన మాట్లాడుతూ.. ఈ విజయం నా ఒక్కడి. వల్లనే కాదు.. ప్రతి ఒక్కరు మీరు ఎంచుకున్న ప్రతిఫలానికి అర్హులు, అన్ని బహుమతులు ఉంచబడిన హాల్ యొక్క కర్టెన్లను పెంచాలని అతను ఆదేశించాడు. అక్కడ ఉన్న ప్రతి ఒక్కరూ అత్యంత ఖరీదైన బహుమతిని పట్టుకోవడానికి పరుగులు తీశారు. చివరకు ఒక్క వెండి పళ్లెం మాత్రమే మిగిలింది.

ఈ కానుకలు పంచినప్పుడు తెనాలిరామ కోర్టులో లేదు. అతను ఏదో పని మీద బయటకు వెళ్లాడు. కొద్ది రోజుల తర్వాత ఆయన కోర్టుకు రాగానే ఎప్పుడూ అసూయపడే ఇతర సభికులు తమ ఖరీదైన కానుకలను ప్రదర్శించి తెనాలిరాముడిని ఆటపట్టించడం మొదలు పెట్టారు. “తెనాలిరామా నీ కానుక నీ కోసం ఎదురుచూస్తోంది" అన్నాడు ఒకడు తన బంగారు గొలుసు చూపిస్తూ.

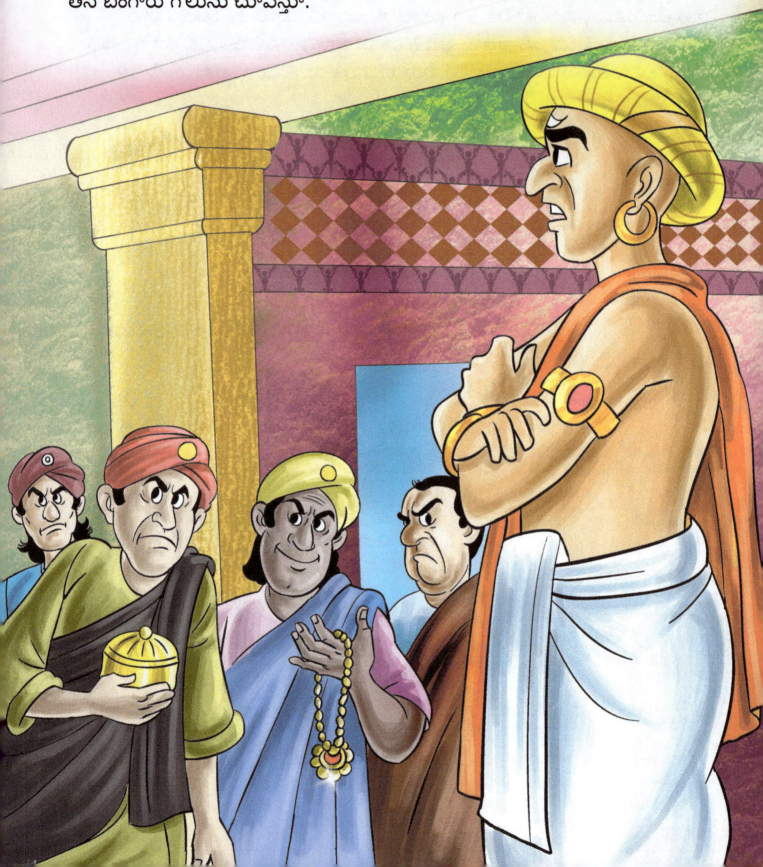

తెనాలిరాముడు నిశ్శబ్దంగా హాలులోకి వెళ్ళి చిన్న వెండి పళ్లెం తీసుకున్నాడు. అతను దానిని తన వస్త్రంతో కప్పి బయటకు వచ్చాడు. తెనాలిరాముని చూస్తున్న రాజు "తెనాలి, నీ కానుకను నీ వస్త్రంతో ఎందుకు కప్పుతున్నావు?" అని అడిగాడు. "మహానుభావుడా! దయచేసి నన్ను క్షమించండి. ఇప్పటివరకు, నేను ఎల్లప్పుడూ మీ నుండి బంగారు నాణేలతో కూడిన ప్లేట్లను పొందుతున్నాను. ఇది మొదటిసారి, నేను మీ నుండి ఖాళీ ప్లేట్ను పొందుతున్నాను. కాబట్టి మీ ఉదారమైన ఇమేజ్ ప్రభావితం కాకూడదను కుంటున్నాను." అన్నాడు తెనాలిరాముడు మర్యాదగా.

తెనాలిరాముడికి బహుమతిగా ఖాళీ వెండి పళ్లెం ఇవ్వడం సమంజసం కాదని రాజు గ్రహించాడు. అతను తన తెలివితేటలు మరియు తెలివికి తన అత్యంత విలువైన హారం తీసి ఖాళీ వెండి పళ్లెంలో ఉంచాడు.

అత్యంత ఖరీదైన బహుమతిని తెనాలిరాముడు నవ్వుతూ స్వీకరించాడు. అతను తన తెలివితేటలు మరియు తెలివితో ఇతర సభికులను మళ్లీ అధిగమించాడు.

శీతాకాలపు స్వీట్ ఏది ఉత్తమమైనది?

చలికాలంలో ఒకసారి, రాజుగారు తెనాలిరాముడు మరియు రాజ పూజారితో కలిసి ప్యాలెస్ ఆవరణలో కూర్చుని తెల్లవారుజామున సూర్యకాంతిలో ఉన్నారు. వారు సంభాషణలో నిమగ్నమై ఉండగా, రాజు ఇలా అన్నాడు.. "శీతాకాలం ఉత్తమ కాలం. బాగా మరియు ఆరోగ్యంగా తినవచ్చు." భోజనాల గురించి చర్చిస్తుండగా, పూజారి నోటి నుండి నీరు వచ్చింది. అతను, "అవును, మహారాజా! శీతాకాలంలో పండ్లు మరియు వివిధ రకాల స్వీట్లను తినడం నిజంగా ఆనందాన్నిస్తుంది."

రాజు అతనిని మామూలుగా అడిగాడు, "చెప్పండి, చలికాలంలో ఏది మంచి స్వీట్?"
పూజారి హల్వా, మాల్పువా మరియు పిస్తా బర్ఫీ వంటి అనేక స్వీట్లను చెప్పారు.

రాజు కృష్ణదేవరాయ ఈ మిఠాయిలన్నింటినీ ఆర్డర్ చేసి పూజారిని అడిగారు, "వాటిని రుచి చూసి చెప్పండి ఏది మంచి స్వీటు?"

పూజారికి అన్ని మిఠాయిలు సమానంగా నచ్చాయి మరియు ఏది ఉత్తమమో నిర్ణయించలేకపోయాడు. రాజు అదే ప్రశ్న తెనాలిరాముడిని అడిగాడు.

"మహారాజా! వీటి కంటే మంచి స్వీటు ఒకటి ఉంది కానీ ఈ స్వీట్లలో అది లేదు" అని బదులిచ్చారు. తెనాలిరామా, "పేరు చెప్పండి మరియు అది ఎక్కడ దొరుకుతుందో చెప్పండి?".

అడిగాడు రాజు. "దాని పేరు తెలుసుకుని ఏం చేస్తారు? ఈ రాత్రికి మీరు నాతో వస్తే బాగుంటుంది; మీరు కూడా స్వీట్ తినవచ్చు" అన్నాడు. తెనాలిరామ రాజుతో.

రాజు అంగీకరించాడు. రాత్రి తెనాలిరామ మరియు రాజ పూజారితో పాటు, రాజు సాధారణ బట్టలు ధరించి సుదూర ప్రాంతానికి బయలుదేరాడు. వారు అక్కడికి చేరుకోగా, భోగి మంటల ముందు కొంతమంది పురుషులు కలిసి కూర్చుని కబుర్లు చెప్పుకోవడం వారికి కనిపించింది. వారు రాజును గుర్తించలేకపోయారు.

సమీపంలో, వారు చెరుకు క్రషర్ను నడుపుతున్నారు. తెనాలి రాముడు అక్కడికు వెళ్లి తాజా చెరుకురసం కొన్నాడు. అతను దానిని రాజుకు మరియు పూజారికి అందించి, "మహారాజా! దయచేసి దీనిని రుచి చూడండి. ఇది చలికాలపు ఉత్తమ తీపి" అన్నాడు తెనాలిరామ.

రాజు ఆ వంటకాన్ని రుచి చూసి, "వావ్! ఇది నిజంగా చాలా రుచికరంగా ఉంది," మెజెస్టి! చలికాలంలో హాట్ ఐటమ్స్ అసలైన టేస్ట్, ఈ చెరుకురసం ఫ్రెష్ అండ్ హాట్, ఎంజాయ్ చేయండి." అని తెనాలిరామ రాజు వ్యాఖ్యలకు సంతోషించారు.

తెనాలిరామ, రాజు కృష్ణదేవరాయ చాలా సంతోషించారు. రాజ పూజారి మౌనంగా ఉండి అతనివైపు గోర్రగా చూశాడు. తెనాలిరాముడు తన చాతుర్యం, తెలివితేటలతో మళ్లీ గెలిచాడు.

పనికిరాని గుర్రం

ఒక సుప్రభాతం, తెనాలిరాముడు మరియు రాజు తమ గుర్రాలపై స్వారీకి వెళ్లారు. రాజుగారి గుర్రం చాలా బలమైనది మరియు మంచి అరబిక్ జాతికి చెందినది, తెనాలిరామ గుర్రం చాలా బలహీనంగా ఉంది మరియు అనారోగ్యంతో కనిపించింది. తెనాలి గుర్రాన్ని చూసి రాజు ఎగతాళిగా అన్నాడు, “తెనాలి, నీకు ఏ గుర్రం ఉంది! ఈ పనికిమాలిన గుర్రానికి కసాయి పది బంగారు నాణేలు కూడా ఇప్పుడు. మవ్వు నా గుర్రాన్ని చూడు; దాని విలువ వెయ్యి బంగారు నాణేలు, నువ్వు నా గుర్రంతో నేను చేయగలిగిన పనులేవీ చేయలేవు.”

"కానీ, నా గుర్రంతో నేనేం చేయగలనో, మీరు చేయలేరు" అన్నాడు. తెనాలిరాముడు నమ్మకంగా, దీనికి రాజు, "దీనిపై వంద బంగారు నాణేలు వేస్తాం" అన్నాడు.
"తప్పకుండా బదులిచ్చాడు తెనాలిరామ.

కాసేపయ్యాక ఇద్దరూ నదికి అడ్డంగా కట్టిన బ్రిడ్జి మీద ప్రయాణిస్తున్నారు. నది చాలా లోతుగా మరియు నీటితో నిండిపోయింది. అకస్మాత్తుగా, తెనాలిరాముడు తన గుర్రం నుండి దిగి లోతైన నీటిలోకి తోసాడు. హాస్యంగా, రాజుని అడిగాడు, "మహారాజా! మీరు మీ గుర్రంతో కూడా అలా చేయగలరా?"

రాజు నిజంగానే కంగారు పడి, చివరికి ఒప్పుకున్నాడు, “లేదు తెనాలి. నా గుర్రంతో
ం ఈ పని చేయలేను." రాజు పందెం ఓడిపోయాడు. తెనాలిరాముని తెలివితేటలను
యాడారు. వారు తిరిగి రాజభవనానికి వెళ్లినప్పుడు, రాజు అతనికి వంద బంగారు
సేలు ఉన్న సంచిని ఇచ్చాడు. తెనాలిరాముడు చాలా సంతోషించాడు.

అరిష్టం ఎవరు?

తెల్లవారుజామున ఎవరూ చూడని రామయ్య అనే వ్యక్తి ఉన్నాడు. ఉదయం పూట ఆయన ముఖాన్ని చూస్తే ఆ రోజంతా ఆహారం దొరకదని ప్రజలు విశ్వసించారు. కాబట్టి, ప్రజలు సాధారణంగా అతనితో మాట్లాడటానికి దూరంగా ఉంటారు.

రాజు కృష్ణదేవరాయ అతని గురించి తెలుసుకున్నాడు. అతనికి ఫోన్ చేసి తన గది పక్కనే ఉన్న గదిలో పడుకోమన్నారు. మరుసటి రోజు ఉదయం లేచి చూసేసరికి రాజుకి మొదటగా కనిపించింది రాయమ్య ముఖం.

రోజులో, రాజు కోర్టులో ఒక ముఖ్యమైన పనికి హాజరైన తర్వాత, భోజనం చేయడానికి భోజనాల గదికి వెళ్లాడు. ఎప్పటిలాగే, అతనికి ఆహారం అందించబడింది. కానీ అతను ప్లేట్ నుండి మొదట తినబోతున్నారు, అతనికి వాంతులు అవుతున్నట్లు అనిపించింది. అతనికి చాలా కోపం వచ్చింది. అతను భోజనం చేయకుండానే భోజనాల గది నుండి వెళ్లిపోయాడు. అతను తన ఆకలిని కోల్పోయాడు.

ఇప్పుడు, రామయ్య గురించి అందరూ చెప్పేది రాజు నమ్మాడు. రామయ్య అరిష్ట ముఖం వల్లనే రోజంతా తిండి లేకుండా ఉండాల్సి వచ్చిందని అనుకున్నాడు.

రాజు తన సైనికులను పిలిచి రామయ్యను ఉరితీయమని ఆదేశించాడు. రాజు గురించి తెలిసి పేదవాడు చాలా కలత చెందాడు. మరుసటి రోజు, రాజు యొక్క సైనికులు అతన్ని ఉరితీయడానికి తీసుకువెళు తున్నప్పుడు, అతను తెనాలిరామునిని కలుసుకున్నాడు. మార్గం మధ్యలో కన్నీళ్లతో అతనికి కథ మొత్తం చెప్పాడు.

తెనాలిరాముడు అతనిని ఓదార్చాడు మరియు సహాయం చేస్తానని హామీ ఇచ్చాడు. అతను ఆ వ్యక్తి చెవుల్లో గుసగుసలాడాడు, "నిన్ను అమలు చేసే ముందు, కాపలాదారులు మీ చివరి కోరిక గురించి అడుగుతారు, మీరు పట్టణ ప్రజల ముందుకు వెళ్లాలని అనుకుంటున్నారని మరియు మీ ముఖం ఎవరైనా చూస్తే, అతను అలా చేయలేదని చెప్పండి. ఆహారం తీసుకో, కానీ ఎవరైనా ఉదయం రాజు ముఖం చూస్తే, అతను తన ప్రాణాలను కోల్పోవాలి."

అతనికి కౌన్సెలింగ్ ఇచ్చిన తర్వాత తెనాలిరామ ఇంటికి తిరిగి వెళ్లాడు. ఉరితీసే సమయం రాగానే, "నీకు చివరి కోరిక ఏమైనా ఉందా?" అని గార్డుకు రామయ్యను అడిగారు. తెనాలిరాముని సలహా మేరకు రామయ్య సమాధానం చెప్పాడు. అతని చివరి కోరిక విన్న గార్డులు ఆశ్చర్యపోయారు. వెంటనే ఆ విషయాన్ని రాజుకు తెలియజేశారు. ఆ వ్యక్తి చివరి కోరిక గురించి తెలుసుకున్న రాజు షాక్ అయ్యాడు. అతను చాలా భయాందోళనకు గురయ్యాడు మరియు "రామయ్య ఈ విషయం ప్రజలకు చెబితే, రాజ్యంతో ఎవరూ నా ముఖం చూడడానికి ఇష్టపడరు."

దాంతో అతను వెంటనే రామయ్యకు ఫోన్ చేసి, "జరిగిన విషయం. ఎవరికీ చెప్పకు" అని అభ్యర్థించాడు. అతనిని బహుమతులతో ముంచెత్తాడు. రామయ్యకి చాలా సంతోషం, ఉపశమనం కలిగింది. ఆయన అంతా తెనాలిరాముని ప్రశంసించారు. అతను తన సహాయానికి కృతజ్ఞతలు తెలుపుతూ. ఇంటికి తిరిగి వచ్చాడు. తెనాలిరాముని తెలివితేటల వల్లనే అతని ప్రాణం కాపాడబడింది.

www.ingramcontent.com/pod-product-compliance
Lightning Source LLC
Chambersburg PA
CBHW080258220725
29891CB00019B/1240
* 9 7 8 9 3 5 7 1 8 3 3 4 5 *